ஞா. தியாகராஜன்

மதுரையில் வசிக்கும் நூலாசிரியர் தனியார் கல்லூரி ஒன்றில் முனைவர்ப் பட்ட ஆய்வினை மேற்கொண்டு வருகிறார். பத்தாண்டுகளுக்கும் மேலாக செவ்வியல் மற்றும் நவீன இலக்கிய தளங்களில் வாசிக்கவும் படைக்கவும் புழங்கிக்கொண்டிருக்கும் இவரின் கவிதைகள் சிற்றிதழ்கள் சிலவற்றுள் பிரசுரமாகியுள்ளன. இத்தொகுப்பு ஆசிரியரின் முதல் நூலாகும். இலக்கியத்தின் வடிவம் மட்டுமல்லாது உள்ளடக்கம் சார்ந்த பன்முகத் தன்மையை வரவேற்பதின் மூலம் மட்டுமே இலக்கியம் தன் மையத்தை அழித்துக்கொள்ளுமென்பது இவரின் இலக்கியப் புரிதலாகும்.

போகூழ்
கவிதைகள்
ஞா. தியாகராஜன்

முதல் பதிப்பு: பிப்ரவரி, 2022

©: ஞா. தியாகராஜன்

ISBN: 978-93-94256-00-2

முகப்போவியம்: Ashok Bhowmick
வடிவமைப்பு: மாரீஸ்
அச்சாக்கம்:
ஜோதி எண்டர்பிரைசஸ், சென்னை.

வெளியீடு :
மணல்வீடு
ஏர்வாடி, குட்டப்பட்டி அஞ்சல்
மேட்டூர் வட்டம்
சேலம் மாவட்டம் - 636 453
தொலைபேசி 98946 05371
மின்னஞ்சல் : *manalveedu@gmail.com*
வலைத்தளம் : *manalveedu.org*

விலை: ரூ. **100**

போகூழ்

ஞா. தியாகராஜன்

நன்றி...!

மணல்வீடு

சமர்ப்பணம்
அப்பாவிற்கு...

நானே இந்தக் குளத்தின் மீனும் பாசியுமாக இருக்கிறேன்
நானே இந்தக் குளத்தின் கரையாகவும் தடுப்பாகவும் இருக்கிறேன்
நானே இந்த நீர்தேக்கத்திற்குக் குளமெனப் பேர் வைத்தவனாக
இருக்கிறேன்

காய்ந்த குளத்தின் சகதியாகவும் நானே இருக்கிறேன்
வற்றாத குளத்திற்கான மழையாகவும் இருக்கிறேன்
கவனம் நீங்கள் ஒரு பிச்சைக்காரனை அல்ல
ஆழம் தெரியாத குளத்தைதான் கடந்துகொண்டிருக்கிறீர்கள்.

●

ஞா. தியாகராஜன்

அந்த நினைவிற்குப் போய்விட்டேன்
நினைவென ஒன்று உருக்கொள்ளத் தொடங்கிய
அந்த நிமிடத்திற்கும் அப்போது அறிமுகமான
குறிப்பிட்ட வாசனைக்கும்
நினைவென ஒன்று உருவாவதின் பரவசத்திற்கும் அவசத்திற்கும்
இடையில் எந்தக் கழியும் இல்லாமல் போய்விட்டேன்
அப்படியே போய்க்கொண்டிருக்கிறேன்
அனாதையாக விடப்பட்ட நிலைக்கண்ணாடியில்
என்னை மட்டும் பார்த்துக்கொண்டிருக்க
எனக்கேனிந்த அவசரம்.

●

அப்போதுதான் அதிசயமாக
யாரோ பாதிப் புகைத்து எறிந்த சிகரெட் அது
வேறு வழியில்லாமல் அன்றைக்குதான்
முதன்முதலாக அதை முயற்சித்தேன்
மற்றபடி உன் அரண்மனைகள் இடிந்து விழுந்தது பற்றி
எனக்கெதுவும் தெரியாது.

●

யார் சொல்வதற்கு முன்பும்
முந்திக்கொண்டு நான் என்னை வெறுப்பதாகச்
சொல்லிவிடுகிறேன்
இருந்தாலும் ஒரு தடவை அவர்களும்
அதைச் சொல்லிவிடுகிறார்கள்
நான் எப்போதுதான் பூமியின் மையத்தை எட்டுவது.

●

சொல் ஒன்றிற்கு ஓரே அர்த்தம் இல்லாதிருப்பதால்
பின்னிரவு மழைநின்ற பின்னும்
யாரோ பூமியை நனைத்துக்கொண்டேயிருக்கிறார்கள்
சந்தேகத்தின் பேரில் அவர்கள் காவல் நிலையத்திற்கும்
அழைத்துச் செல்லப்படுகிறார்கள்
அது ஏற்கனவே நடந்துகொண்டிருந்த விசாரணையில்
எதிர்பாராத திருப்பம்தான்.

●

வேண்டிய புத்தகங்கள் கிடைத்த பிறகு
வாசிக்காமல் போட்டுவிடலாம்
இப்போதைக்குப் பிரச்சினை அதிகாரி ஒருவரை
எதிர்கொள்ளவேண்டும்
அப்புறம் ஒரு பேராசிரியரை
அதிகாரங்கள் என்ன சொல்லப்போகிறதெனத் தெரியவில்லை
தவிர்த்துவிட்டாலும் மோசமில்லைதான்
ஆனால் இதெல்லாம் ஒரு முதலீடுதானே
ஒப்பிட்டுப் பார்த்தால் எல்லாவற்றையும் கலைத்துவிட்டு
முதலிலிருந்தெனத் தோன்றும்
நேரமில்லை வாய்ப்புமில்லை
புறப்பட்டாகவேண்டும்
சில புத்தகங்கள் எப்போதும் கிடைக்காமலேயே போகலாம்
அதோடு சில சம்பவங்கள்
சில காட்சிகள் கொஞ்சூண்டு அதிர்ஷ்டங்களும்.

●

கைக்குள் ஏதோ அகப்படும் தைரியத்தில்
களத்திலிறங்கி நாலா பக்கமும்
விறுவிறுவெனச் சுத்தி சாய்க்கிறேன்
கைசோர்ந்து கண்ணை முழிக்கும்போதுதான்
யாரோ விளையாட வைத்திருந்த பிளாஸ்டிக் கத்தியை
உருவி வந்திருப்பது தெரிகிறது
இப்போ எல்லாருடைய வாட்களும் கூர்மையில் ஜொலிக்கின்றன
ஒரு கூர்முனை இவ்வளவு குரூரமாகவா ஜொலிக்கும்
எப்படி நீங்கள் உருவும்போது மட்டும்
'ஷைய்ங்...' என்ற சப்தத்துடன் கம்பீரமாக ஒரு வாள் வருகிறது.

●

உங்களைச் சுட நினைத்திருந்தால்
எப்போதோ ரிவால்வரை உயர்த்தியிருக்க முடியும்
இவ்வளவு நேரம் திரும்ப ஒருமுறை அனைத்தையும்
நினைவுகூறப் பார்த்தேன்
காலத்தின் அதீதத்தை அளவுக்கு மீறியே
சுமந்துவிட்டதாகப்படுகிறது
எனவே கைகளை மெல்ல தூக்கி
உங்களை விசுவாசப்படுத்தினேன்.

●

எதனால் அவன் முன் நீட்டிய பாட்டிலை
அவ்வளவு வேகமாக வாங்கிக் குடித்தானோ
அவன் நினைத்த எதுவுமே அதிலில்லை
அதன் கடைசித் துளியில் இருந்தது
யாருமே எப்போதுமே தெரிந்துகொள்ளக் கூடாத
சிறிதளவு உண்மை மட்டும்தான்.

●

பழைய நட்சத்திரத்தின் பல் விழுந்த திசையில்
நீ அமர்ந்திருக்கிறாய்
அங்கிருந்து உன் காதலிக்காக அழத் தொடங்கலாம்
ஆழத்தில் புதைந்துபோன கப்பலில் திரும்பி வந்து
உன் தலைமுடியை ஒதுக்கி
உன்னை அவர்கள் முத்தமிடுவார்கள்
உன்னிலிருந்து விழுவதற்காக ஒரு பல் ஆடத் தொடங்கும்.

●

ஞா. தியாகராஜன்

உருட்டி வந்த தேங்காய் கடலுக்குள் விழுந்துவிட்டது
டம்ளரை கவிழ்த்தி கடல் முழுக்க அலசிப் பார்த்துவிட்டேன்
அம்மா திறந்து வைத்திருந்த சன்னல் வழியாய் வந்த அதே வெயில்
எங்கிருந்தோ வர அதை நோக்கி தவழ ஆரம்பித்தேன்
என் கடல்களை இப்படிதான் கடந்துகொண்டிருக்கிறேன்
கலர் தாள் சுற்றிய பரிசில் உங்களால்
கடலைக் கொடுக்க முடியுமானால்
அதை ஒரு கோப்பையில் வைப்பதும் பெரிய விஷயமல்ல
அவ்வளவு உறுதியுடன் ஒரு பாலைவனத்தில்
என்னைக் கிடத்திக்கொண்டு பிடிவாதமாய் இருந்தாலும்
மறுபடியும் உருட்டுவதற்காகவே நடுமண்டையில் வந்து விழுகிறது
ஒரு தேங்காய்.

●

சுகமாக இருக்கிறதா
கண்கள் மேலே சொருக
வலப்பக்கம் தலையைச் சாய்த்துச் சொக்கியிருக்கும்போதே
அந்த இறகு உங்களுக்கு எவ்வளவு
இதமாக இருக்கிறதெனப் புரிகிறது
உங்களுக்குக் கீழ் ஒரு சாம்ராஜ்யம் இருக்கிறதென்பதை
இப்படிப் பறப்பதற்குத் தேவையான ஒரேயொரு
இறகைக்கொண்டுதானே
நிரூபிக்கவேண்டியிருக்கிறது.

●

விளிம்பில் பற்றியிருந்த சுண்டு விரலினை ஓங்கி மிதித்ததற்கு நன்றி
என் எடையைச் சரியாகப் புரிந்துகொள்ள முடிந்தது.

●

இருநூறு பக்க நூல் ஒன்றை
தகுதியுடையதாக்கும்
சில வரிகளாய் உன் கவிதை எப்போதும் இருக்கப்போவதில்லை
நீயேன் போன அடுத்தப் பேருந்திலேயே
உன் காதலிகள் திரும்பிவிடப் போவதாக
அதே நிழற்குடையின் கீழ் நின்றுகொண்டிருக்கிறாய்.

●

மெல்ல கரைகிறது
நட்சத்திரத்தின் ஒரு பிடி
இந்தப் புனிதங்களைதான்
எவ்வளவு மன்னிப்பது.

●

கனவுகள் எவ்வளவு துணைபுரிந்தன
வெறுங் காகிதப்படகிலேயே இந்த வாழ்வின்
மறுகரையை அடைந்துவிட
இப்போதோ வனங்கள் பற்றி எரிகிறது
எல்லாப் புளித்த மாவின் ஏப்பங்களும் நினைவுக்கு வருகின்றன
நானென் பிதாவை மடித்துவைத்த
துணிகளுக்கிடையே தேடுகிறேன்
அவரே இந்த வனத்தைப்பற்றி அவ்வளவும் சொன்னவர்.

●

இதை அவர்கள் திட்டமிட்டுச் செய்யும்போது
ஆச்சர்யப்பட ஒன்றுமில்லை
இன்று இல்லாட்டி நாளை என்றோ ஒரு நாள்
உன் கதை முடிந்து விடுமெனத் தெரிந்ததுதான்
இப்போ நீ உயிரோடிருப்பதில் ஏன் வியப்பதில்லை என்றால்
இன்னொருமுறை பார்த்துக்கொள்ளலாம் என்றுதான்
அவர்கள் மீதே அவர்கள் அதைச் செய்துகொண்டிருக்கும்போது
கொலைபுரிதலுக்கு ஒரு வழக்கா என்று
எல்லோரும் குழம்பத்தான் செய்வார்கள்
நீதியென்பது உயிரோடிருக்கும் வரை எதுவும் சரிதான்
என்பதுதானே.

●

இருட்டுக்கும் கதவுக்கும்
ஒரு போலியான தொடர்புதான் என்பதை
இவ்வளவு வளர்ந்த பிறகா கற்றுக்கொள்ள வேண்டும்
எட்டிப்பார்க்கும் அதிசயங்கள் மறைந்த பிறகு
எந்தப் பொருளுக்காகவும் காத்திருக்கத் தேவையில்லாமல்
                                         போய்விடுகிறது
பசிக்கிறதென்றே சொன்னாலும்
கொஞ்சம் தண்ணி குடித்துவிட்டு தூங்கென
சொல்லத் தயாராயிருப்பவர்களிடம் ஏன்
இப்போதுதான் சாப்பிட்டதாக
ஒரு பொய்யை சொல்லவேண்டும்
எப்படியும் உன் அருகில் உட்கார்ந்து வரப்போகிறவர்கள்
இன்னும் இருட்டு கதவிலிருந்து பிறப்பதாக நம்புகிறவர்களாக
இருக்கும் பட்சத்தில்
இன்னும் அதிகமாக அந்த இருட்டுடன் பழகுவதைவிட
என்ன செய்ய முடியும்
நீ இறந்துபோனதாகத் தெரிய வரும்போது
முதன்முறையாக நீ சுவாசிக்கப்போவது கூட அவர்களுக்குத்
தெரியாது நண்பா.

●

வான்நோக்கி ஒரு முத்தமிட்டு
எப்போது உன்னை நன்றியுடன் நினைத்துக்கொள்வது
மார்பின் குறுக்கே இறுக கோர்த்த கைகளோடு
உள்ளே இருந்து எதுவும் வெடித்துவிடக் கூடாதென்பது போலவே
உன்னை வழிபடவேண்டியிருக்கிறது பெரியாண்டவரே.

●

வேறு யாருடைய உடைமையையோ
பறித்துக்கொள்வதைத் தவிர வாழ நிர்பந்திக்கப்பட்டுள்ள நமக்கு
நியாயமான தேர்வுகள் கிடையாது
சாணிப்போட்டுக் கொண்டிருக்கவேண்டும் அல்லது
சாணமள்ளிக்கொண்டிருக்கவேண்டும்
அதிகாரம் அவர்கள் கையிலிருக்கிறது
அது யாருடைய கையெனத் தெரிந்து மட்டும்
என்னவாகப்போகிறது

●

தற்செயல்கள் உங்களுக்கு எதிர்விசையில்
இயங்க வேண்டும்
உதாரணத்திற்கு உன்னைப்போலவே தூக்கிலிடப்படப்போகும்
கவிஞனுக்குக் கடைசி நேரத்தில் இளவரசி ஒருத்தி ஓடிவந்து
லவ் யூ சொல்லி கட்டிக்கொள்ளலாம்
அதே நினைப்பில் நீயும் தலையைக் கொடுக்கும்போது
உன் கழுத்தெலும்பு உடைவதுதான் உனக்கான தற்செயல்
அதற்காக நீ அதிகமாகக் கால்களை உதறினால்
அதிலும் சூடு வைப்போம்
சாகும்போது நடிக்காதேயென்று.

●

கண்ணாடி சன்னல்கள் உடைந்திருக்கின்றன
மேற்கூரைகள் பாதியைக் காணவில்லை
எரிந்துபோன சுவரில் கவியும் நிழல்கள்
இன்னும் அச்சமூட்டுகின்றன
பார்த்து பார்த்து கட்டிய உத்தரம் இப்போது பாதி மீந்திருக்கிறது
ஏதோ விபரீதம் நடந்த வீட்டில் யாரும் மிஞ்சினார்களா
என்பது தெரியவில்லை
சில சாதாரணப் புற்கள் மண்டிக் கிடக்கச் சில ஜந்துகள்
அதனை வாழிடமாகக் கொண்டுள்ளன
அதுவொரு ஆசையின் சாட்சியமாகிவிட்டது
இப்போது சாட்சியங்களை அழிப்பதால் மட்டும்
அந்தக் கண்ணாடி ஜன்னலுக்கு வசந்தங்கள்
திரும்பப் போவதில்லை
அங்கே ஒரு வௌவால் தொங்குவது
தொங்கியதுதான்.

●

ஒரு நிச்சயத்தை எவ்வளவு தூரம் நம்ப
அது உடைந்துவிடக்கூடியதெனப் பரிட்சார்த்த முறையில்
கண்டறிந்தாலும்
உங்களால் அந்த நெருப்பிலிருந்து எழுந்து வரவே முடியாது
எல்லோரும் தன்னை நிரூபித்துக்கொண்ட தீயில்
நீங்கள் எரியும்பொழுது
நீங்கள் எரிந்தே போய்விடுவது தீயின் குற்றமல்ல.

●

பசியிருக்கிறது துரதிர்ஷ்ட வசமாக
அதைச் சொல்லும் வாயுமிருக்கிறது
இன்னொரு பெரும் சதியாக நல்ல திடகாத்திரம் கூட இருக்கிறது
எந்தத் தைரியத்தில் சொல்ல முடியும்
பிச்சையெடுத்துக் கூடப் பிழைக்கலாம் என்று.

●

ஞா. தியாகராஜன்

கார் வாங்குபவர்கள் முதலில் சக்கரத்தில்
எலுமிச்சை வைப்பதிலேயே அதிக ஆர்வமாக இருக்கிறார்கள்
ஆண்டவனிடம் குறைந்தபட்சம் இதெல்லாம்
என் கண்ணெதிரே நடக்க வேண்டாமே என்ற
சிறிய வேண்டுகோளைதான் வைக்கிறேன்.

●

சற்று முன்பு நன்றாகப் பேசியவர்
ஏனிப்படியெனக் கேட்க விரும்பவில்லை
மேலும் நான் கொலைகளுக்குச் சகஜமாகப் பழகிவிட்டேன்
நீங்கள் வேண்டுமானால் பேசிக்கொண்டேயிருந்து
அந்தத் துரோகத்தைச் செய்யுங்களேன்
என்னிடம் எந்த எதிர்ப்பும் இருக்காது
விஷயம் அதுவல்ல
ஆனால் ஏன் எல்லோரும் ஒரே மாதிரி சிரிக்கிறீர்கள் என்பதுதான்
கேள்வி
வலிக்காத மாதிரி நடிப்பதைவிட
குரூரமானது உங்களை நம்புவதாக நடிக்கப்போய்
நிஜமாகவே நம்பிவிடுவது.

●

நரை பூத்துவிட்டது நண்பர்களுக்கு
இன்னும் எவ்வளவு நாள் என் வெல்விஷர்ஸ்
இதெல்லாம் ஒரு இழப்பாயென
கேட்டுக்கொண்டிருக்கப் போகிறார்களோ தெரியவில்லை
என் வெல்விஷர்ஸ் என் நண்பர்கள்தான்
அவர்கள் திருமணத்தில் சொல்ல ஆரம்பித்தார்கள்
உனக்கும் இப்படியான நாள் வாய்க்குமென
இப்போது அவர்களது சந்ததியினரின் இல்லவிழாவில்
சொல்லப்போவது நான் சந்தோஷமாக வாழ்ந்து கழித்துவிட்டேன்
என்பதாகதான் இருக்கும்
நீங்கள் எதையோ தர மனமில்லாமல் விளையாடுகிறீர்கள்
அதைத் தந்துவிட்டதாகவே நினைத்துக்கொண்டிருக்கிறீர்கள்
அது என்னவெனக் கண்டறிந்துவிட்டதுதான்
என் பெரிய துரதிர்ஷ்டம்.

●

ஞா. தியாகராஜன்

புரிகிறதா
இந்தப் பூமி உங்கள் மீது
செங்குத்தாகச் சரிவதை தவிர்க்கவேண்டுமானால்
முதலில் உள்ளாடைகள் அணிவதை
தவிர்க்கவும்

●

எவ்வளவு நாள் குளிரடிக்கும்
எவ்வளவு நாள் பனிபொழியும்
எவ்வளவு நாள் ஒரு உணவுப் பொட்டலத்துக்காக
இந்தக் கற்பனையில் நடித்து
வயிற்றை நடுங்கச் செய்வது.

●

எந்தக் கடற்கரையின் உப்பு இன்றுவரை உன் நினைவிலிருந்து
போகவில்லையோ
மீதமுள்ள பயணங்கள் அங்குதான் முடியும்.

●

அநித்தியத்தின் ருசியே
நீ எப்போதும் ஒரு தேவதையின் கண்ணாயிரு.

●

முயற்சியின் கனவுகள் எழுதப்படலாம்
எழுதப்பட்ட விதிகள் சந்தை மதிப்பைக் கூட்டலாம்
அதில் எப்படியும் இந்த முறையும்
மனிதத்திற்கு எதிரான ஒரு புதிய அம்சம் இடம்பெறும்
குழப்பத்திலிருந்து மொழி பிறப்பது போல
ஏன் அழுகையிலிருந்து விசுவாசம் பிறப்பதில்லை
எப்போதும் எதையாவது பத்திரமாக வைக்க விரும்பும்போது
அதுயேன் தனிமையை அதிகரிக்கும்
காரணியாக மாறுகிறது.

●

இறுகிய சதுரத்திற்குள்
பழகிய அதே காய்கள் உருட்டப்படுகின்றன
அதே சர்ப்பங்கள் தீண்டியபோதும்
ரூமை மொத்தமாய்ப் பூட்டிவிட்டுக் கிளம்ப முடியவில்லை
கடவுளை அடைவதற்கான தாயங்களின் ஒலி
அனிச்சையான ஒன்றாக இருக்கிறது
நான் பழகிக்கொள்ள இயலாத யாரோ ஒருவர்
கடவுளாக இருக்கலாம்
எனவே நான் கடவுள் மறுப்பாளனாக இருப்பது கட்டாயமானது.

●

யாரோ செலுத்தும் குறுவாள் தாங்கிய கைகளில்
சிறிது நேரம் கண்மூடி ஆதுரமாகச் சாய்ந்து கொள்ளலாம்
அதுவுமே அந்த உறவை அவர்கள் 'சரட்' என உருவிக்கொள்ளும்
வரைதான்
அப்புறம் சிறிய மயக்கம் வந்தால் உனது அதிர்ஷ்டம்.

●

பறவைகளுக்குப் பறப்பது சுதந்திரமென்பது தெரியாது
மனிதர்களுக்கு எப்படி உண்மை என்பது பற்றித் தெரிகிறதோ
அதுபோல
சில சமயம் யார் ஊதும் நுரைகளுக்குள்ளும்
நாம் நுழைந்து பறக்க முடிகிறது
பிறகு எதிலோ குத்தி சுவர்கள் உடைந்து
நாம் மிச்சமிருப்பதைப் பொறுக்கி அள்ளிக்கொண்டு
வாகனத்தில் ஏறி அமர்கிறோம்
ஊதிக்கொண்டிருப்பவர்களுக்கு
அதுவொரு சோப்பு நுரை என்பது எப்போதும் தெரிவதில்லை.

●

சிறந்த கவிதைகள் எழுதியவனாக
நீ மட்டுமே இருக்க முடியாதது போல
உன்னை மட்டுமே நேசிக்கும் அவசியமும் யாருக்குமில்லை
துரோகத்திற்குப் பின் மேற்கொள்ளக் கூடியதென
தனி வாழ்முறை எதுவும் கிடையாது
உயிரோடிருப்பதால் எப்படி வாழ்வதாகக் கணக்காகிறதோ
அப்படிதான் கவிஞனாகவும் இருந்துகொள்ள வேண்டும்
மனிதம் என்பது அவரவர் உடலுக்கு மட்டுமானதென
அனைவரும் சந்தேகமின்றி நம்புகிறார்கள்.

●

ஞா. தியாகராஜன்

யாருக்காக இருப்பதென்பது சாதாரணக் கேள்வியல்ல
அது யாருக்கும் அவசியமில்லை என்பது
சாதாரணப் பதிலுமில்லை
யாரோ யாருடனோ கண்ணைக் கட்டி விளையாட
யாரோ தொலைந்து போகிறார்கள்
அவர்கள் சாதாரணக் கோழைகளுமல்ல.

●

யாருடைய குகைக்குள்ளோ நுழைந்து
வெளிவரும்போது
மண்டை கொஞ்சம் வீங்கியிருக்கும்
அதற்கேத்த மாதிரி பெரிய நுழைவுவாயில்களை
தேடவேண்டியதாயிருக்கும்
பிறகு கொஞ்சம் கொஞ்சமாக வீக்கம் குறைந்து சரியாகும்போது
நீ மிக விரும்பிய பழக்கமொன்றைத் தொலைத்திருப்பாய்
இப்போது எந்தக் குகைக்குள் போனாலும்
பிரகாசமாகக் கண் தெரியும்.

●

முட்டாளாய் காட்சியளிப்பதன் வாதைகள்
முட்டாளாய் இல்லாதிருப்பதைவிடத் துன்பம் மிக்கது
யாரும் முட்டாளாய் நடிக்க விரும்பாத போது துக்கமாயிருக்கிறது
அப்படி நடித்தவர்களை நேரில் பார்க்கும்போது பயமாயிருக்கிறது
ஒருவேளை நான் தேடிக்கொண்டிருக்கும் முட்டாள்
கிடைக்காமலேயே போகலாம்
அதுவரை எது கேட்டாலும் தெரியாதெனச்
சொல்லிக்கொண்டிருப்பதுதான் நல்லது
இது கண்டிப்பாக முட்டாள்களிடம் முட்டாளாகக்
காட்டிக்கொள்ளும்
புத்திசாலிதனம் அல்ல.

●

மயக்கம் தெளியும் சமயத்தில் அங்கே
யாருமிருக்கமாட்டார்கள்
புரண்டு படுத்து தலையைச் சரியாய் வைத்துக்கொள்ளும்போது
தூரத்தில் யாரோ வருவதுபோலத் தெரியும்
அவர் உன்னை இழுத்துச் செல்லாவிட்டால்
பிறகு எந்த அத்தியாயமும் கிடையாது
அவரும் கடந்து போனதும் உனக்கே புரிந்துவிடும்
ஏன் எல்லாரும் அவன் தூரத்தில் வரும்போதே
கதையை முடித்துவிடுகிறார்களென

●

எப்போதோ ஒரு சாலையைக் கடக்க உதவியபோது
நானேன் உங்கள் மீது காதல்வயப்பட்டிருக்கக்கூடாது
இப்போதென்னை அவமானப்படுத்துவது போன்ற
ஒரு தற்செயல்தானே அதுவும்.

●

கொஞ்சூண்டு ரத்தத்தால்
புனிதமாகிறது நமது ஆண்மை, ஆணவம்
அப்புறம் இன்னும் சில இத்யாதிகள்
நானுமே கூட விரைவில் மாமிசப்பட்சிணியாவேன் நண்பா
ஏனெனில் வெறும் 'மனிதன்' என்ற பதிலில்
திருப்தியடைய முடியாதபோது
ஒரு கிளாஸ் தேநீர் கசந்துவிடுகிறது.

●

சட்டத்தைப் புனிதப்படுத்துவதில் முதல் வழி
அதன்படி நடக்க விரும்புபவனை அதற்காக
காவு கொடுப்பதுதான்.

●

நிழலுக்குச் சொந்தக்காரனை விட ஒரு உண்மையிருக்கிறது
அது காற்றின் குரல்வளையைப் பிடித்துத் தண்டிப்பது போன்றது
இல்லாவிட்டால் துணியால் தண்ணீரை அறைவது போன்றது
உண்மையென்றால் ஒரு நாள் வெல்வதாக இருக்கவேண்டிய
காரணத்தால்
ஒருங்கிணைப்பாளர்கள் யோசிக்கிறார்கள்
அப்புறம் நடத்தப்படும் ஆலோசனையின் முடிவில்
இப்படிக் கூறுகிறார்கள்
நிரபராதிகள் எதைச் சொல்கிறார்களோ
அது உண்மையென்று ஆகும்
ஆனால் நிரபாராதிகள் என்பவர்கள் கொலை செய்யாதவர்கள்
அல்ல என்பதுதான் அதற்கான விதிமுறை
இதன்மூலம் காற்றுச் சுதந்திரமாயிருக்கும்
இது நிழலுக்குச் சொந்தக்காரனைவிட ஈசியான
உண்மையில்லையா
உங்களுக்குப் புரியாததுபோலத் தெரிவதுகூட உண்மையின்
உண்மை தன்மையினால்தான்.

●

நாய்கள் இன்னிசைப் பாடகராக மாறும்போதுதான்
இந்த நாள் முடிவுறுமா
அந்த நிலவு எவ்வளவு அழகெனச் சொல்ல எவளோ ஒருத்தி
இல்லாதவரை அந்தப் பிரகாசம் இப்படிதான்
பயமுறுத்திக்கொண்டிருக்கும் போல
நாய்கள் இந்தப் பயத்தினால் கத்துவதாக இருக்காது
அதுவரை எனக்கு நாயாகக் குரைத்தல்கூட ஒரு சுதந்திரமாகவே
இருக்கிறது.

●

சூரியன் அகப்படட்டுமென்று
உயர நீட்டியிருந்த கைகளுக்குள்
எங்கிருந்து வெளவால் குஞ்சுகள் வந்ததெனத் தெரியவில்லை
அவ்வளவு இருட்டாகவா இந்த மைதானம் மாறிவிட்டது
ஆனால் யாரோ ரன்னிங் கமெண்ட்ரி மூலம்
என் ஆட்டத்தை விமர்சித்துக்கொண்டிருக்கிறார்களே
நான் பைத்தியமா என்ற சந்தேகத்திற்கு நீங்கள் என்னிடம்
ஒரு சைக்கிளைக்கொடுத்து விசிலடிக்கும்போதே
பதில் புரிந்துவிடுகிறது
ஆனால் செயின் அறுந்த இடத்தில்தானே உண்மையான
நீங்கள் இருந்தீர்கள்
அப்போது கீழே விழுந்த நான்தான்
ஒரு சூரியனுக்காக விரல்களை உயர்த்தினேன்.

●

ஞா. தியாகராஜன்

அழகியல் பற்றி என்னால் பொய் சொல்ல முடியாது
என் அதிகாரி மனைவியின் கள்ள உறவை தெரிந்துகொண்ட
அன்றும் தவறாமல் வேலைக்கு வந்தவன்
என்ன இது என்பதற்குள் எல்லாரும் வாயை வைத்து
எச்சில் ஊற சுவைக்க ஆரம்பித்துவிடுகிறார்கள்
தான் இருபத்தைந்து வருடங்கள்
இதில் கைதேர்ந்தவன் என்கிறார் வயதானவர்
அவருக்குத்தான் அங்கே அதிகச் சம்பளமாம்
இது ஏதோ என்று சொல்வதற்குள் அனைவருக்கும் பதட்டம்
அவர்களால் தலைவலியைப் பொறுக்க முடியாது
எதுவும் இடம் மாறிவிடக்கூடாது
கடைவாய், பல், நாக்கு எல்லாவற்றிலும்
ஒழுக ஒழுக செய்துகொண்டு
எப்படியவர்கள் எங்களுக்கு ஊம்பவே பிடிக்காதெனச்
சொல்கிறார்களென்பதுதான் புரிவில்லை.

•

ஏதோ ஒன்றால் பகிரங்கப்படுத்தப்படுகின்றன கனவுகள்
திடீரென மூச்சு வாங்கும்போது எப்போதோ வாங்கி வைத்த
வாட்டர் பாட்டிலில் கொஞ்சூண்டு தண்ணீர் இருக்கிறது
இந்தத் திடுக்கிடலுக்கு முன் பார்த்தவர்களுக்கும்
நாளை காலை பார்க்கப்போகிறவர்களுக்கும்
பெரிய அளவில் வித்தியாசமில்லை
எப்போதும் பால்கனியில் நின்று என்ன விடையை
யோசித்துக்கொண்டிருக்கிறோம்
உண்மையான விடை தரையிலிருப்பதாய்
நம்மைத் தேடச்சொல்லும் எவருமே
மெதுவாகப் படி வழியாக இறங்கிவருகிறார்கள்
இந்தப் புன்னைகைதானா உங்களுடையது என்னும் போது
செல்லமாக முதுகில் தட்டிவிட்டுப்போவார்கள்
அன்றைக்குக் கொஞ்சூண்டு தண்ணீரும் தீர்ந்துபோன
வாட்டர்பாட்டிலுக்குள்
நீந்திக்கொண்டிருக்க எவ்வளவோ இருக்கும்.

●

கடைசி நேரத்தில் மேலேறி கீழே குதிக்கலாம்
முன்னால் சாகசங்களை
நினைவுப்படுத்திக்கொண்டிருக்கதான் இந்த வரவேற்பறைகள்
தைரியமாக இரு இதைவிட
பெரிய பெரிய மாடிகளையெல்லாம் பார்த்தாகிவிட்டது
வாழ்வின் ரகசியம் தரைத்தளத்தில் இல்லாதபோது
எல்லாம் சரியாகிவிடும்.

●

அவனுக்காக உறக்கம் கெடுத்தவர்கள் கிடையாது
ஆனால் பலரின் ஆழ்ந்த தூக்கத்திற்கு
அவன் தேவைப்பட்டிருக்கிறான்
ஒரு புழுவைத் தின்கிறான்
அதன் மீது விஷத்தைத் தடவுகிறோம்
பழுத்த இலையைத் தின்கிறான்
அதில் சிறுநீர் பெய்து வைக்கிறோம்
குனிந்து தனது காயத்தைப் பார்க்க முயற்சிக்கிறான்
மீண்டுமொருமுறை அவன் முதுகெலும்பில்
இரும்பு தடிகொண்டு தாக்குகிறோம்
உடைந்த கண்ணாடித் துண்டை வழியிலிருந்து குப்பைதொட்டியில்
எடுத்துப்போடத்தான் வந்தான்
அந்தக் கண்ணாடித் துண்டைப் பற்றி அவனுக்கு வேறொன்றும்
தெரியாது.

●

சரியாக முப்பது வினாடிகளுக்குப் பிறகு
உள்ளாடைகளைத் தளர்த்துபவள் முகம்
கொஞ்சம் தெளிவாகத் தெரிகிறது
அதிர்ச்சியை உறுதிசெய்யத் திருப்பிப் பார்த்தாலும்
அதில் அவள் அணிந்திருக்கும் ஏதோ ஒரு கலர்
ப்ரியமுடன் நீங்கள் வாங்கிகொடுத்ததுதான்
கடனை திருப்பிச் செலுத்த முடியாமல்
கற்பை விற்கும் தமிழ்ப்பெண்
என்ற இந்த வீடியோ இரண்டு வருடங்களுக்கு முன்னால்
பதிவேற்றப்பட்டிருக்கிறது
அது தீவிரமாகக் காதலில் ஈடுபட்ட காலமாக இருக்கலாம்
அடுத்து அவள் கையை எங்கே கொண்டு செல்வாள் என்பது
                                                   புரிந்ததும்
நிறுத்திவைத்த கண்ணீருடன் அலைபேசி
தரையில் பலமாக மோதுகிறது
நீ அவளைக் கொல்லலாம்
நீ உன்னைக் கொல்லலாம்
ஆனால் லட்சத்தி சொச்ச பேரைக் கொல்லவே முடியாது.

●

ஞா. தியாகராஜன்

வெடித்துச் சிதறி விடுவதுபோல ஒரு உணர்வு
வெறும் உணர்வுகளால் எப்பவும் சங்கடம் தான்
பனிவிலகி ஏதாவது ஒரு உருவத்தைப் பார்க்கலாமென
நினைக்கும்போது
எடுத்த உடனேயே துரோகத்தின் சாயல்களே தெரிகின்றன
ஒவ்வொரு கதவுக்குப் பின்னும் ஏதோ ஒரு ரகசியம்
யாரோ நமக்காக உடன்பட்டால்
உணரக்கூடிய அல்லது சாதாரணமாகக் கூடிய ஒரு ரகசியம்
சர்வமும் வெடித்து அடங்கிய பிறகு
விழாக்காலங்களை ரசிப்பதற்கு மனம் வரலாம்
ஆனால் இந்தப் பனிமூட்டங்கள் அப்படியே தொடர்கின்றன
இதைவிட மோசமான ஒன்று இருக்கலாம் என்பதற்காகவே
இன்றிருப்பதை மகிழ்ச்சியாக ஏற்க முடியாது
கொடுமையான முடிவிற்கும் முடிவில்லாத கொடுமைக்கும்
இடையில் நிறுத்தி எதற்காக
உன் விருப்பமென்ற பெருந்தன்மை காட்டப்படுகிறது.

●

கைமாற்றிக்கொண்டே இருந்தார்கள் என்னை
யாரிடமும் ஒட்டமாட்டேனெனப் பால்யம் குறித்த புகார்
அனைவராலும் வைக்கப்படுகிறது
தொட்டிலில் உறங்கியிருக்கக் கூட வாய்ப்பில்லைதான்
ஒருவேளை அப்போதிருந்தே அழுகாமலிருக்கப்
பழகிக்கொண்டேனோ என்னவோ
அனுபவஸ்தனாக மாற்றிய அனைவருக்கும்
நன்றி சொல்லவேண்டும்
வாழ்ந்தால் என்னைப்போல வாழவேண்டுமென
பின்னாலிருந்து சொல்லிக்கொண்டே இருக்கிறார்கள்
யாரோ சிறுவயதில் பழக்கப் பழக்கக் காட்டிய அன்பெல்லாம்
தொடையிடுக்கில் மறைவாகதானே இருக்கிறது.

●

நிறையப்பட்டுவிட்டேன் என்றாலும்
இன்னும் சொல்லும் வார்த்தையை நிறுத்திவிடும்
லாவகம் வருவதில்லை
இனி என்ன நடக்கும்
கண்டிப்பாக ஏதாவது நடக்கும்
என்மீதான மதிப்பை கெடுத்துக்கொள்ளும் சம்பவங்கள்
சொந்த வாக்கின் மூலமே நடக்கின்றன
யாரையெல்லாம் குற்றவாளியாக்கி
இதைச் சமன் செய்யவேண்டியிருக்கிறது
கடைசியில் இப்படிதான் என் விடுதலையைக்
கெடுத்துக்கொள்கிறேன்.

●

ஒரே நேர்கோட்டில் அமையும் இந்தத் தேர்வுக்கு
தெரிந்தே வந்திருக்கிறோம்
பின் அங்கென்ன சப்தமென்று ஏன் திரும்பிப் பார்க்கவேண்டும்
நமது கையில் ரத்தக்கறையில்லை
இந்த ஆயுதத்தில் படிந்திருப்பது கூட இப்போ சற்று முன்
வரைந்த நவீன ஓவியத்திற்கான வர்ணம் தான்
அதை வரையும்போது என்ன சப்தம்
நாம் சும்மாவா இந்த வரிசைக்கு வந்து
மனிதம் பற்றிப் பேச முடியும்
இந்தக் கோட்டை இப்படி இழுத்துக்கொண்டே
போவது சமூகக் கடமை
அதற்காக எவ்வளவு வேண்டுமானாலும் ஓவியம் வரையலாம்
ஓவியம் நம் மரபில் நல்ல கலையில்லையா.

●

ஞா. தியாகராஜன்

மழை மீதான ப்ரியம் எங்கிருந்து தோன்றுகிறது
மேலும் நேசத்திற்கு எந்த வகையிலும்
பாத்தியமாயிருக்கமுடியாத பூனை
எப்படி அதன் அழகிற்காகவே செல்லப்பிராணி ஆகிறது
வெறும் தோற்றத்திற்காகவே மீன்கள்
அவ்வளவு கனிவுடன் நடத்தப்படுகின்றன
கருணையின்மையை வெளிப்படையாகத் தெரிவிப்பதில்
இன்னும் கூட சில விதிமுறைகள் உள்ளன
அதிலொன்றுதான் உன்னை எல்லா வகையிலும்
புரிந்திருப்பதாகச் சொல்வது.

●

தவிர்க்க நினைத்தாலும் எப்போதாவது
பெய்யும் மழையில் எல்லாம் ஈரமாகிவிடுகின்றன
சிறிய விடுகதைகளுக்கு ஏன் இவ்வளவு நீளமான
தாடி வளர்த்துக்கொள்ளவேண்டுமென
யாரும் அனுதாபம் தெரிவிக்கவில்லை
மாறாக யாவருக்குமிருந்தது தங்களது எண்ணங்கள்
மீதான அசைக்க முடியாத தீர்மானம்
விடுகதைக்கான பதிலும் சிறியதுதான்
ஆனாலேன் சிறியதன் பேரில்
எல்லாருக்கும் இவ்வளவு வன்மம் அல்லது அறியாமை.

●

ஆறாம் நம்பர் அறையிலிருந்து
வெளியில் வராதவன் நேற்று கூடுதலாகக் குடித்திருக்கவில்லை
அவனை வேண்டாமெனச் சொன்ன தேதியே
நினைவில் இல்லாதபோது
அவன் காதலிப்பக்கம் போகவேவேண்டாம்
இன்னும் கொஞ்சம் முயன்றால்
தாமதமாகவேனும் அவனால்
கடன் சொல்லாமல் உணவைப் பெற்றிருக்க முடியும்
என்றாலும் இப்போது பூட்டியிருக்கும்
இந்த அறையின் சாவி
அவன் மேல்பையிலிருக்கிறது
பூட்டியிருக்கும் கதவைத் திறப்பது சுலபம்தான்
நாம் கதவிற்கு வெளியிலிருக்கிறோம்.

●

ஞா. தியாகராஜன்

அவர்கள் உருட்டும் எந்தப் பகடைக் காயிலும்
நீங்கள் ஆட்டையை இழக்கலாம்
நாங்கள்தான் விளையாடவேயில்லையே என்பதெல்லாம்
ஏற்புடைய பதிலல்ல
அவர்கள் கையில்கூடத்தான் பகடைக் காய்களேயில்லை
அதற்காக என்ன செய்வது.

●

இடது கையால் காற்றை ஒதுக்கிவிட்டுப் பார்க்கும்போது
எந்த அம்புகளும் உன்னைத் துரத்துவதை விடவில்லை
இன்னும் மிச்சமிருப்பது உனக்குப் புரியாவிட்டாலும்
நீ மிச்சமிருப்பதே பெரிய விசயமென
யாருக்கோ தோன்றுகிறது
இப்போது ஓடாவிட்டாலும் என்னவாகப் போகிறது
குறைந்தது வைத்தியசாலைக்கு அருகில் விழலாம்
அப்புறம் நீ என்ன முயற்சி செய்தாய் என்பார்கள்
மேலும் எதாவது ஆனால் அவனே வைத்தியம் பார்த்துக்கொள்ள
என்ன கேடு என்பார்கள்
அம்புகளுக்கான தலைவிதி
புறப்பட்டுக்கொண்டே இருப்பதுதான்போல.

●

இங்கு உதிர்ந்த பூக்கள் யாவும்
எப்போதோ வாடிவிட்டன
இன்னும் மாறாதவை அவற்றின் வாசம்தான்
அதுவும் கூடக் காலங்கடந்திருக்கவேண்டும்
ஆனால் நீதான் உன்னை வழங்க
எனக்குத் தகுதியில்லையென நினைத்தாய்
மீண்டும் இந்த இடத்திற்கு வரும்போது
அந்தப் பூக்கள் அதே இடத்திலிருந்து விழுந்துகொண்டிருக்கின்றன
இதற்குமேல் கூரிய வன்முறை
இப்போதைக்கு இல்லை.

என் ப்ரீதிகள் எப்போது காப்பாற்றப்படும்
எந்தக் குறையும் வைக்காத இறைவா
ஏன் எப்போதும் முழுமை என்பதை
சில பகுதிகளாகவே வைத்திருக்கிறாய்
எங்கே போனாலும் தனது ஷூ பாலிஷை
அதிகம் நேசிப்பவர்கள் வந்துவிடுகிறார்கள்
கொலைசெய்யதான் வாய்ப்பில்லை எனில்
அதைத் தவிர்க்க கூட வழியில்லையா
அவர்கள் எப்போதும் கழுத்தை
சாணைப் பிடித்துக்கொண்டிருக்கிறார்கள்
அங்கிருந்து மேற்பரப்புக்கு வரவே முடியவில்லை
எப்போது எந்தக் கவலையுமில்லாமல்
இந்தச் சுழல் நாற்காலியில் ஒரு வட்டமடிப்பேன்
அல்லது என் ஷூ எப்போது அவ்வளவு பளபளக்கும்.

●

அறியாமையை வன்மமாய் உமிழும்போது
என்ன செய்ய முடியும்
அதுவொன்றும் அறியாமையில்லை என்பவர்கள்
தேவைப்பட்டால் எழும்பக்கூடிய எல்லா அலைகளையும்
நிறுத்தி வானிலையவே மாற்றுகிறார்கள்
சாம்பலாகியும் கண்ணை உறுத்துவதால் தான்
உங்களைக் கொளுத்தவேண்டியுள்ளது
என்பவர்களிடம் எரிவதன் சாதாரணக் கோட்பாட்டை
எப்படிச் சொல்வது?

●

என்ன நடந்துகொண்டிருக்கிறதென்பது தெரியாது
அழைப்புகள் எல்லாம்
வேறொருவருடன் தொடர்பில் இருக்கின்றன
அருவமான விடைகளைத் தேடி
கடைசியில் பூமியின் எந்தச் சாதாரண விதிகளையும்
சகிக்க முடியாமல் ஆகிறது
தனியாக இழைக்கப்படும் அநீதிகள்
நியாயங்கள் என்ற சமரசத்தை எய்தாது
இப்படிதான் என் நண்பன் இறந்து போனானா...
எந்த நம்பிக்கைத் துரோகமும் மன்னிக்கப்படவேண்டியதுதான்
ஆனால் யாரால் எல்லாம் நம்பிக்கை என்ற கருத்தியல்
கட்டமைக்கப்படுகிறதோ
அவையெல்லாம் உங்கள் மார்பினை பதம் பார்த்தப் பின்
வீராவேசமாக எழுந்து என்ன பேசப்போகிறீர்கள்
அப்படியே கண்ணை மூடிவிடுவது நல்லது
ஒளியில் இருட்டைப் பார்ப்பதைவிட
இருட்டு இருட்டாயிருப்பதை உணர்வது அவ்வளவு
கொடுமையில்லை.

●

நியூட்டனை ஏமாற்றிவிட்டு மேலே மேலே பறக்கிறது
ஒரு துளி கண்ணீர்
விடாமல் சிரிக்க வைக்கச் சிரிக்க வைக்கத் தொடர்ந்து
பலூன் போலப் பறக்கின்றன ஒவ்வொரு துளிகளும்
கழுத்தை மாறி மாறி அறுத்து விளையாடுவதன் மூலம்
சிரிப்பு மூட்டியது உங்கள் சாதனையென்றால்
என் சாதனை அதைவிட எவ்வளவு உயரம் பாருங்கள்
உங்களில் இன்னுமே சிலபேருக்கு
கொலைவெறி என்பது அடங்கவில்லை
அதைக் கொலைவெறியெனக் குறிப்பிடுவதில் உங்களுக்கு
இன்னும் அதிகக் கோபம் வரலாம்
எல்லாமே புவிஈர்ப்பு விசை போன்ற எளிய விதிகளுடனே
இருந்துவிட்டால்
இவ்வளவு கஷ்டப்பட்டு ஏன் ஒரு அதிசயத்தைச் செய்யவேண்டும்.

●

உன்னை நிராகரித்துவிட்டு பின்பு
உனக்கெதிரிலேயே நாற்காலியின் நுனியில் அமர நேரும்
எது நான் பேச வேண்டிய குரல் என்பதில்
அன்றிரவு முழுவதும் குழப்பம் நீடிக்கும்
எந்த மாதிரியான சிரிப்பையும்
தொடர்ந்து வைத்துக்கொள்ளும்படி நிலைமை இருப்பதில்லை
விலைமதிப்பான எதற்கும் தகுதியற்றவன் என்பது
நானே எனக்கு வரையறை செய்திருப்பது
உனக்குச் சுழலும் நாற்காலி
எனக்கு அசையாத நாற்காலி
இந்தச் சிறிய வித்தியாசத்திற்குள் எவ்வளவு குற்றவுணர்வுகள்
உற்பத்தி செய்யப்படுகின்றன.

●

ஞா. தியாகராஜன்

என் தற்கொலைக்கான
திரைக்கதையாசிரியன் நானில்லை
ஆனால் அதன் சிறந்த இயக்குநனாக
வேறு யாராலும் இருக்க முடியாது

●

தலையைக் கொய்யாமல் கீழே விழும்வரை
அம்பிலிருந்து பார்வையை எடுக்க முடியாது
சுதாரிப்பதற்குள் மூக்கிலிருந்து ரத்தம் வந்துவிடுகிறது
சிரிப்பதற்குக் கூட அவகாசமில்லாமல் உருட்டிவிடப்பட்டதும்
இதை இப்படி உருள்வதற்கான கடைசி நாளென நினைத்தால்
கண் விழித்ததும் விட்ட இடத்திலிருந்தே
எல்லாம் தொடங்குகின்றன
மேலும் கசிவதற்கு இரத்தமேயில்லாத போதும்
பலபேரின் வடிகாலாய் நீ எப்பவும்
வார்த்தைகளை அந்நியபடுத்திக்கொள்ளவேண்டியுள்ளது
அதுதான் நிறையச் சமயங்களில் சரியாகவும் இருக்கும்
இல்லாவிட்டால் இப்போது வரை
உன்னால் தூங்கியிருக்கவே முடியாது.

●

எந்தத் துரும்பின் மீதும் நிழல் படிகிறது
எந்த முடுக்கிலும் அதிசயம் நடக்கிறது
நான்தான் ஒருபடி முன்னேறும் வேகத்தில்
காலை மாற்றி வைத்துவிடுகிறேன்
அதற்கேன் வாழ்க்கையில்
தினமும் இவ்வளவு ஞானம் சுரக்கிறது.

●

ஒரு கட்டத்தில் என் குருதியின் மீதே உறங்கிவிடுகிறேன்
முழிப்புத் தட்டும்போது
என்னைத் தவிர்த்த எல்லாருக்கும் இறைவன்மீது
நம்பிக்கைகொள்ளும் ஏதோ ஒன்று நடந்திருக்கிறது
எழ முயலும்போது தீராத வன்மங்கள் ஏதாவது
முக்கியமான எலும்பை உடைத்திருக்கிறது
இன்னும் கொஞ்சம் மயக்கம் தேவைப்படலாம்
அப்போது பார்த்து எல்லாருக்குமான கருணை
வானத்திலிருந்து சொட்டும்
தொண்டைக்குழியில் லேசாக
ஏதாவது ஏறி இறங்குவதைப் பார்த்ததும்
புரட்சியென்று நினைத்து மொத்தமாகக் குமிந்துவிடுகிறார்கள்.

●

இதயம் கனமாக இருந்தால்
முதலில் மூளையைக் கழட்டி வையுங்கள்
இன்னும் எடை கூடுவதாகவே தெரிந்தால்
காலணி ஒன்றை எடுத்து மறைமுகமாக
தலையில் அடித்துக்கொள்ளுங்கள்
இதுகூட இன்னும் பாரத்தைதான் தரும்
மாறாக நண்பர்களைச் சந்திக்கப் புறப்பட்டால்
அன்றிரவு யாராலும் உங்களைக் காப்பாற்ற முடியாமல் போகலாம்
மொத்த உலகமும் உங்களுக்கெதிராக
ஆயுதம் தூக்கிக்கொண்டு நிற்கும்
அது கூர்மையாக, பளபளப்பாக, அதிகத் தொழில்நுட்பத்துடன்
இருக்கவேண்டுமென்ற அவசியமில்லை
சாதாரணச் செருப்பு, நெளிந்த கரண்டிகளாகவும் இருக்கலாம்.

●

பொடி நடையாய் நடந்தால் எல்லோருக்கும் வசதியாக இருக்கும்
பயந்த சுபாவம் கொண்டவர்கள் கூட
என் ரகசியங்கள் மீது வெளிச்சம் பாய்ச்ச நினைக்கிறார்கள்
அபிமன்யு போல ஒரு வாள் கொடு என்று
கேட்பதற்கெல்லாம் இடமில்லை
மரணத்திற்கான சில இன்ச் இடைவெளியில்
எல்லோருக்கும் கருணை சுரந்துவிடுகிறது
இந்தப் போரெல்லாம் அம்புகளை குழப்புவதற்கான
ஒரு வழிதான் ஏனெனில் இறப்பவன் எப்போதும்
அநீதி இழைத்தவனாகதானே இருக்கவேண்டும்

●

கொதிமணல்

அவ்வளவு சீக்கிரம் எழும்பாத பந்தொன்றால்
நாம் விளையாட நேர்ந்தது
புதிதான ஆட்டத்தைப் பழகியவள் போல் ஆடியது நீதான்
நான் கழுகுகளை எண்ணிக்கொண்டிருந்தேன் அல்லது
அவற்றின் கழிவுகளைச் சுத்திகரித்தேன்
எப்போதும் காலைச் சுற்றும் விஷங்களைச் சமாளிக்க
நேரம் சரியாக இருந்தது
இதற்கு நடுவில் பாதியில் இறக்கிவிடுபவர்கள் குறித்து
சரியான தீர்வு தேடவேண்டியிருந்தது
சீக்கிரம் எழும்பாத பந்தொன்று இருவருக்கிடையிலும்
நன்றாக எம்பிக் குதித்தது
நான் பயந்துகொண்டிருந்த ஒரு மழைநாள்
பயந்துகொண்டிருந்தது போலவே வந்து சேர்ந்தது
எல்லா விளையாட்டும் அதோடு நின்றுவிட்டன
இன்னொரு பூமியை உருவாகும் அளவுக்கு
அந்த மழை மட்டும் பெய்துகொண்டிருக்கிறது
எந்தக் காகிதத்தையும் நனைக்காத எங்கும் வெள்ளம் பெருகாத
எந்த இயல்பு வாழ்க்கையும் பாதிக்கப்படாத எப்போதும்
வெறித்திடாத
கனமழையாக.

●

யாசிக்கும்போது பிச்சைக்காரனாக
உணர வேண்டியதிருக்கும் என நினைக்கவில்லை
தனிமையின் நூதனங்களைப் புரிந்துகொள்ளத் தேவைப்படும்
அத்தனை சாத்தியங்களின் வழியாகவும்
அனாதையாக்கப்படுகிறேன்
வலிக்கிறதென்றால் அது வலித்தலுக்கு எதிரானது
உங்களைப் பைத்தியாமாக்கச் சிரிக்கத் தொடங்கியவன்
உங்களைப் பைத்தியமாக்கிவிட்டதற்காக நிறுத்தாமல்
சிரித்துக்கொண்டிருக்கிறான்.

●

ஞா. தியாகராஜன்

வாகனத்தில் வந்திறங்குகிறது
காலி செய்யப்பட்ட வீட்டிற்கான புதியகுடித்தனம்
நம் சாத்தியங்கள் இப்படிதான்
எளிமையாய்ச் சோதிக்கப்படும்
திடீரென அதன்மீது கழுகொன்று பறக்கும்
ஆனால் காலியானவை நிரப்பப்படுவது புதிததானதில்லை
உலக வழக்கு உன்னைத் தவிர்த்தும் இருக்கிறது.

●

என் காதலிகளாலும்
என்னை விரும்பாதவர்களாலும்
நிஜமாகவே அழ முடிகிறது
அவர்கள் யாருக்கோ உதவி புரிய அவ்வளவு பதட்டமடைகிறார்கள்
நிச்சயம் யாரையோ நெஞ்சில் கிடத்திக்கொள்கிறார்கள்
எவ்வளவு உதாசீனப்படுத்தப்பட்டாலும்
ஒரே மன்னிப்பில் மனமிறங்குகிறார்கள்
என் கவிதைகள் வெறும் புரட்டு என்பதற்கான
எல்லா வாய்ப்புகளும் தற்செயலாகவே அமைகிறது
தொடர்ந்து நான் மட்டுமே ஏன் வஞ்சிக்கப்படுகிறேன்
என்பதற்கான உண்மை ரொம்ப எளிமையானதுதான்
ஆனால் அதன் சாட்சியங்களாலேயே அவை மறுக்கப்படுகின்றன.

●

கடவுச்சொல் மறந்து போன உன் மின்னஞ்சல் முகவரி
என்னிடமிருக்கிறது
அதன் பயனாளர் பெயர்கூட உனக்கு நினைவிருக்க
வாய்ப்பில்லைதான்
ஏனெனில் கடவுள் எப்போதும்
நான் அர்த்தமற்ற விஷயங்களுக்காக
அழவேண்டுமென விரும்புபவர்
காலத்தின் மீதான பிரம்மாண்டத்தைச்
சிறிய தூண்டில்கொண்டு அசைப்பவர்
உன்னைக் கடவுளென்று நம்பியதால் நேர்ந்த
விபத்தாகக் கூட இருக்கலாம்
உனக்கே அவசியமில்லாத கழிவுகளைக்கொண்டு
என் சுயசரிதையை எழுதிக்கொண்டிருப்பது.

●

நான் போயாகவேண்டும்
குவளை மேசையிலிருந்து கீழே விழுந்து
அந்த இடத்தை அழிப்பதற்குள்
நான் கிளம்பியாகவேண்டும்
என்னுடன் அருந்தும்போது உனக்குப் பிடிக்காததாய் இருந்தது
இப்போதெப்படி அவ்வளவு சுவைக்குரியதாக மாறுகிறது
கொஞ்சூண்டு காபியில் இழப்பதற்கும் பெறுவதற்கும்
எதுவுமில்லாததே உன்னை இன்னும்
அவ்வளவு திவ்யமாக வைத்திருக்கிறது
நான் போய்தானாகவேண்டும்.

●

ஒரு அவசரத்தில் அவளை அணுக நேர்ந்தது
அந்தக் கிழமைக் கூட மாறாமல்
உங்களுக்கு நினைவிருக்குமென எதிர்பார்க்கவில்லை
ஆனால் அதைத் தவிர அனைத்தையும் நீங்கள் மறந்திருக்கும்போது
நானேன் அப்படியொரு சம்பவத்திற்கு ரகசியம் பேணவேண்டும்
ஆமாம் அது இரண்டு கைகளால் என் நிர்வாணத்தை
மறைத்துக்கொள்ள வேண்டியிருந்த நாள்தான்.

●

உனக்குன் கணவனின் சிறிய தொந்தி
எவ்வளவு பிடிக்கும்
கூடுதலான சதைப்பகுதிகளை வெறுத்தவள் நீ
ஒருவேளை புதிதாக எனக்கு அறிமுகமாகியுள்ள
நண்பனின் மனைவியாக நீயிருப்பாயா
உனக்குதான் சாகசம் என்றால் ரொம்பப் பிடிக்குமே
பாதிக் கிழிந்த போஸ்டரில்
அழகான ஜோடனைகளுடன் யார் தோளுடனோ
நீ சாய்ந்துகொண்டிருந்தாய்
எனக்கேன் விளம்பரங்களைப் பிடிப்பதில்லையென இறுதிவரை
உனக்குத் தெரியாமல் போய்விட்டதில்லையா.

●

வேண்டாமென முடிவெடுத்த பிறகு
என்னைக் காயப்படுத்தாத காரணமா
உன்னிடம் இருக்கப்போகிறது
சரியான அடையாளங்கள் இருந்தாலும்
வழித்தடங்களில் பயணிப்பது சிரமமாகிறது
ஏதேனும் விஷேசமான நாளில்தான்
நான் வாக்குறுதியாகக் கூடச் சொல்லாத விஷயத்தை
எனக்கெதிராக உயர்த்திப் பிடிக்கிறாய்
வேண்டாமென முடிவெடுத்ததும்
யாருக்கும் காது கேட்பதில்லையே
அந்த ரகசியத்தை மட்டும் சொன்னால்
எனக்கும் மூளையால் அனைத்தையும் பரிச்சயம் செய்துகொள்ள
வசதியாயிருக்கும்

●

அவரவர் முலைகளுக்கு எல்லோரும் திரும்பிய பின்
மீண்டும் என் நிதானத்திற்குத் திரும்ப
அதிகநேரம் தேவைப்படுகிறது
சில வரியை நேராக எழுத
என்னவெல்லாம் செய்ய வேண்டியுள்ளது
இவ்வளவிற்குப் பிறகும் முலையுறிஞ்சும் சப்தம்
கேட்டுக்கொண்டேயிருக்கிறது
ஆனால் அப்போது சப்தம் வராதெனச் சொல்வது
எந்த அளவிற்கு உண்மை
உண்மைகளில் இப்படி நல்லவை கூட இருக்கிறதா...?

●

எங்கே கிளர்ச்சி அடைய வைக்கிறாய் என்பதில்
உன்னை மிகவும் நேசிக்கிறேன்
திரும்பி போகும்போது முதலில் சொன்ன
எதுவுமே நியாபகமில்லாததுபோல நடந்துகொள்வதில்
உன்னை மிஞ்சுவது நீ மட்டும்தான்
எனக்குப் புரியாத மின்மினி ஒன்று உன்னைப் பிரகாசமாக்குகிறது
அதில் யாவருக்குமொரு அமைதி
என் கிளர்ச்சியில் இனி என்னாலும் கூடத் திளைக்க முடியாது
அந்த மின்மினியை ஏன் யாராலும்
நசுக்க முடிவதில்லை.

●

கீழிருந்து மேலாக வாசித்தாலும்
ஒரு அழகிக்கு அது புத்தகமென்பது தெரியப்போவதில்லை
அடுத்தப்பக்கம் திருப்புவதற்குள் இப்படியொரு
தத்துவச் சிக்கலா வரவேண்டும்
அந்தத் தத்துவச் சிக்கலை விசாரித்துக்கொண்டிருக்கும் விரல்கள்
எப்போ இந்தப் போக்குவரத்து நெரிசலிலிருந்து
தனது பாதையில் போகப்போகிறது
காதோரம் சொருகிக்கொள்ளும் முடி
இவ்வளவு துல்லியமாகவா என்னை எனக்கு
நினைவுப்படுத்தவேண்டும்
அவள் அங்கிருந்து நகர்ந்ததும் டிராபிக் சரியாகியிருக்கவேண்டும்
இப்போ அந்தப் புத்தகத்தை நேராகப் படித்தாலும்
அதில் எந்த எழுத்துக்களும் பறக்கப்போவதில்லை.

●

விருப்பத்தின் பேரில் முறித்துக்கொள்ள இருக்கிறாய்
உன் பிரச்சினைகளே பிரதானமாகுமிடத்தில்
நான் சமாதானம் அடையமுடியாது
மீண்டும் சந்திக்கும் நல்ல முகாந்திரங்களையும்
தாண்டி பல மைல்கள் வந்தாயிற்று
பொருட்படுத்தாத போதும்கூட
அதைச் செய்யாதே என்பதன் மூலம்
அந்தச் சின்ன அதிசயத்தை
எனக்கு நிரூபித்துக்கொள்ள விரும்புகிறேன்
உன் முடிவிற்கு எனதிந்த பலவீனங்கள் தான் காரணமென
தெரிந்தும் அவை பலமடங்கு பெருகுகின்றன
ஒருவேளை நீ விரும்பக்கூடிய ஏதோ ஒரு சுபாவத்திற்கு
நான் மாறும்போது உன்னை இவ்வளவு நேசிக்காமல் போகலாம்.

●

அப்போ நீ அணிந்திருந்த எந்த நிறமும்
முக்கியமாகப்படவில்லை
இப்போ அந்தச் சிவப்புக் குரூரமானதாக மாற
தங்கநிற பார்டருடன் யார் ஆண்மைக்கு
உன்னை நீ அர்த்தப்படுத்திக்கொண்டிருக்கிறாய்
எதையாவது உரச நினைக்கும் சாமங்களுடன்
தினமொரு எரிகல்லாய் மாறிக்கொண்டிருப்பது சுலபமில்லை
அது யதார்த்தத்தை அவ்வளவு வலுவாய் நசுக்கக்கூடியது
நேரடியாக நான் புறக்கணிக்கப்பட்ட நினைவுகளைவிட
மோசமானது நான் நம்பவைக்கப்பட்டது.

●

சொன்னதுபோலச் சரியான நேரத்திற்கு ரயில் நிலையத்திற்கு
வந்துவிட்ட உங்கள் காதலியுடன் தொடரும்
இருபத்தைந்து ஆண்டுகளின் பயணம் குறித்துச் சொல்லும்போது
நான் கூடுதலாக இருபத்தைந்து ஆண்டுகள் தனிமையடைகிறேன்
ஒரு சிறிய நாற்காலியில் எதேச்சையாக உருவாகிவிடும்
அவ்வளவு பெரிய பள்ளத்தை நீங்கள் சிந்திக்க முடியாதுதான்.

●

கூச்சலைக் கேட்காமல் மேலும் மேலும்
தொடர்பு எல்லைக்கு அப்பால் செல்கிறார்கள்
ஒரு நிமிடம் அவ்வளவு பெரிய குற்றத்திற்குரிய நேரமல்ல
என்றாலும் இந்த அழுத்தத்தில்
எடுக்கும் தவறான முடிவுகளுக்குப் பொறுப்பு
அதில் சம்பந்தப்படாதவனே ஆவான்
இறக்காவிட்டாலும் நிகழுமிந்த வன்முறைகளைக்
கணித்துவிடும் என் நண்பனே
தொடர்பு எல்லைகளை மொத்தமாக தாண்டியிருக்கிறான்
இவனைப் போய் எப்படிக் கோழையென்று சொல்கிறீர்கள்.

●

அவளின் துப்பட்டா உங்கள் கண்ணை உரசியதா
அதற்கு முன்னால் அப்படியொரு வாசனை பழகியதில்லை
என்பதால்
என்னுடனே வருகிறது அந்த ரயிலின் பெட்டி
எந்தப் பிராயணிகளும் இல்லாமல்
அதை இயக்குவது மிகவும் கொடுமையானதுதான்
ஆனால் அதற்காகதானே சரியான நேரத்திற்கு
அந்தக் கணம் அனுப்பப்பட்டது
மேலும் அந்தப் பெண் அழகாகவும் இருந்தாள்
என் பால்யம் இப்படிதான் மெல்ல மெல்ல களவாடப்பட்டது.

●

அசைவு குறித்த எந்த ஆசையும் இல்லாமல் செய்துவிட்டு
பொதுவாக உற்சாகத்தைப் பற்றி
ஒன்றும் தெரியாதென்ற முடிவுக்கு வருகிறார்கள்
கண்களைத் திறக்காமலிருப்பதால் எதுவும் தெரியாதென
அருகிலேயே புணர்ந்துகொண்டிருக்கிறார்கள்
அப்படியெல்லாம் எந்தப் பெரிய நம்பிக்கையும் இல்லாமல்தான்
எதிர்காலத்தில் சாதகமாய் அமையாத முடிவுகளை எடுக்கிறேன்
எழ முயற்சிக்கும்போது தூராமாய்ப் பேசிக்கொண்டிருப்பவர்கள்
அவசரமாக இரும்பு தடியைத் தேடுகிறார்கள்
எழ முயற்சிப்பது எழுந்து உட்காரத்தானென எல்லோரும்
நினைத்துக்கொண்டிருக்கிறார்கள்.

●

டேபிளுக்கு மேலாக நல்லவளாயிருக்கும்
உங்கள் காதலியை அந்தளவிற்கு மட்டுமே அறிந்திருங்கள்
நிறைய டேபிளின்முன் கால்வாசி உயிருடன் ஓடிவந்திருக்கிறேன்
சுயமுயற்சியில் உங்களால் ஈட்ட முடிந்த வருமானத்தைத் தாண்டி
ஏன் உங்கள் மனைவி சோரம் என்பது அவிழ்க்க முடியாதது
உள்ளாடைகளுக்கான தொகையைத் தரும்போது
உங்களுக்குத் தரப்பட்ட முத்தம்
பால்யத்தைவிடப் பூமியை லேசாக்கியது
ஆனாலதை அவிழ்த்த கைகளில் உங்களுக்குத் தெரியாத
மூன்றாவது கையும் இருந்திருக்கிறது
க்ளைன்டிடம் பழைய மாதிரி நிறுவனம் பற்றிய பெருமையை
ஆங்கிலம் கலந்து விவரிக்க முடியவில்லை
ஒரு பெண்ணுறுப்பால்
அசிங்கம் செய்யப்பட்டது போல உணர்கிறீர்கள்
இந்தக் காதல் திருமணம் நடந்தபோது புதிதான இல்லறத்திற்கு
பொறுப்பாகும் உங்களுக்குப் பெருமையாய் கூட இருந்திருக்கலாம்
ஆயினும் உங்கள் மனைவி தற்போது
நீங்கள் பதிந்திருக்கும் எண்ணின் தொடர்பெல்லையில் இல்லை.

●

நிச்சய வார்த்தையானது சந்தேகத்திற்குரியதாக இருக்கிறது
குறிப்பிட்ட இடத்திற்கு நீ வராமல் போக
சாதாரணச் சம்பவங்களே போதுமானது
குறிப்பாக உனக்குத் தலைவலியென்றால்
உடனே தூங்கவேண்டும்
பூமியின் நிறையைச் சரிசெய்யும்
ஒரு வார்த்தை இன்னும் அளிக்கப்படவில்லை
அது புலன்களால் நுகர்ந்துகொண்டிருப்பவனுக்கு
எவ்வளவு கொடியதென்று புரியும்
மேலும் அதுவொரு சாதாரண வார்த்தையெனச் சொல்ல
உனக்கு முழு உரிமையுமிருக்கிறது
அதைக் கேள்வி கேட்கும் என்னிடம்
வெறும் எதிர்பார்ப்புகள்தான் இருக்கின்றன
பௌதீக உலகிலும் உனக்கு மதிப்பு அதிகம்தான் என் அழகியே.

●

அவனின் தொடையிலிருந்து எடுக்காத
உன் கை பார்வையிலேயே இருக்கிறது
இதெல்லாம் பிடிக்காதென ஒரு முறை
கடிந்துகொண்டது இதே முகம்தான்
இதனால்தான் சாலைகளின் புல்வெளிகளை ரசிப்பதில்லை
தனியார் பஸ் சர்வீஸ்களைச் சுத்தமாய் வெறுக்கிறேன்
அது இணைக்கும் கிராமங்களை
அழித்துவிடும் ஆசைக்கூட உண்டு
குரூரத்திற்கு மேல் குரூரமாக
நீயவனைத் தோளில் சாய்ந்துகொள்ளச் சொல்கிறாய்
சந்தேகமேயில்லாமல் நீயவனிடமும்
'நான் உனக்கு மட்டும்தான்டா' என்பதைச் சொல்லியிருப்பாய்
அவன் சரியான துளை தெரியாமல் கீழே
தடவிக்கொண்டிருந்திருப்பான்.

●

புதைகுழி

அம்மாவின் இறுதிமூச்சு ஒரு நடுராத்திரியில் பிரிந்தது
அண்ணனுக்கு ஒரு பின்மதியத்தில் இடுப்பெழும்பில்
பலத்த அடி விழுந்தது
நான் பிறந்த தேதியிலிருந்து
அப்பா மஞ்சள் காமாலையில் இருந்தார்
அம்மாவுக்கு இரண்டாம் முறையாக மாரடைப்பு
விடாப்பிடியாக இருந்து பெற்றெடுத்தவள் பிறகு
தட்டு நிறைய உணவை என்றைக்கும் உண்ணவில்லை
உத்திரத்தில் தொங்க அவள் முயற்சித்த சீலையைதான்
தரைவிரிப்புக்குப் பயன்படுத்துகிறேன்
அண்ணன் இப்போது ட்ரை சைக்கிள் இழுக்கிறான்
அப்பா தெரு தெருவாக எதையாவது கூவுகிறார்
வீட்டில் எந்தப் விரிசல் விழுந்தாலும்
எங்களை வைத்துதான் அடைத்துக்கொள்கிறோம்
சப்தமில்லாமலோ பெரிய கூச்சலுடனோ
காலம் இந்த வீட்டிலும் புகுந்துபோகிறது
எங்களுக்கு யாராய் இருந்தாலும் இங்கே அழையா விருந்தாளிதான்

இந்த வீட்டிலும் துருபிடிக்கிறது
இற்றுப்போகக் கூடியவை
யதார்த்தத்தைப் பயங்கரமாய்த் தெரிவிக்கின்றன
அம்மா மரணத்தில் வலி மட்டுமே இருந்திருக்கும்
ஒருவேளை உடன்பிறந்தவள் சித்தபிரமை அடைய
இதெல்லாம் காரணமா
எந்த மணியும் ஓங்கி அடித்துக்கொள்ளாமல்
மரங்கள் முறிந்துவிழுகாமல் எப்படி இப்படிப் புயல் வீசுகிறது
தொண்டை புற்றுநோயைப் போலவே
அம்மா வீட்டிலிருந்த யாவையும் மறைத்தாள்
எந்த மச்சங்களும் எங்களைக் காப்பாற்றவில்லை
இங்கே நல்ல தண்ணீர் வராது
கொடுக்கும் வாடகையில் இந்தப் பொறுப்புகள் எதுவும் சேராது
ஒரு நிலநடுக்கக் காட்சியைப்போல
இடிந்துவிழும் யாவற்றையும் பார்வையாளனைப் போல
ரசித்துக்கொண்டிருந்திருக்கிறேன்
காலுக்குக் கீழே எது பொங்கியபோதும்
எங்களால் முடிந்தது
அதன்மீது முடிந்தவரை படுத்து உறங்குவதுதான்
கனவுகளிலும் பலிகொடுக்கப்படும் சித்திரங்கள் ஓடும்
அப்பா பலாபலன்கள் பார்ப்பார்
மூலைக்கு மூலை மாற்றிவைத்த எந்தக் கடவுளும் சிரிப்பை
மாற்றிக்கொள்ளவில்லை
மதிப்புமிக்க எதுவும் தீர்ந்துபோயின
எந்த மணற் புயலுக்காகவும் இப்போது பயப்படுவதில்லை
அம்மா இருந்தாள் அம்மா இறந்தாள்
எல்லாம் சகஜம்தான் என்பது
மருத்துவமனை ஊழியர்களுக்குப் புரிவதில்லை
எப்படி ஒரு மனநலம் பாதிக்கப்பட்ட பெண்ணை
ஆண்கள் மட்டும் கவனிக்க முடியுமெனக் கேட்கிறார்கள்
பெரியாண்டவர் பெற்ற சாபம் பூக்குழியில் முடிகிறது

ஞா. தியாகராஜன்

சித்திரைவிழா முடிந்து வந்ததும் நான் அவளைப் பார்க்கவில்லை
அதற்கு முன்னால் வீடு மாற்றுவதாகக் கேள்விப்பட்ட செய்தியை
நானே எனக்கு உறுதிப்படுத்திக்கொண்டேன்
ஒருவேளை அவள் காதலித்திருந்தாலும்
பூமியில் ஒரு சொர்க்கம் தோன்றியிருக்க வாய்ப்பில்லைதான்
அதிகம் சிகரெட் புகைப்பதிலிருந்து
அப்பா கடமைகளிலிருந்து விலக்கு கேட்பது புரிந்தது
யார் கேட்டாலும்
மூன்று ஆண்கள் என்ன குறை இருக்கப்போகிறது என்பார்கள்
ஒவ்வொரு வருடமும்
அம்மா நினைவுநாளில் அப்பா வெடித்து அழுகிறார்
இது ஒரு வீடு என்பதை
இந்தச் சிறிய சடங்குகள்தான் நினைவுறுத்துகின்றன.

●

இதுவே போதுமென்று சொல்லும்போதே
அம்மாவைப் புரிந்துகொள்ளுங்கள்
அவளொரு வீட்டை கற்பனை செய்பவள் அல்ல
நகைபூட்டிய மருமகளும் அவள் சிந்தனைக்கு அப்பாற்பட்டவர்கள்
இந்த மாத வாடகை தேதியோடு கொடுக்கப்பட்டிருக்கிறது
அம்மா ஒருமுறை ஹவுஸ் ஓனரை வென்றிருக்கிறாள்
பந்தயத்தில் ஆமை வெல்லும் குட்டிக்கதையை
எங்கள் அளவுக்கு யாரும் நம்ப முடியாது
போட்டி முடிவதற்குள்ளாகவே அவசரமாக எழுதப்பட்ட
கதையென நினைக்கிறேன் அதை.

●

பரப்பளவு சிறியதாகும் அளவிற்கு வீட்டின் நெருக்கடிகள்
அதிகரித்துக்கொள்கின்றன
அப்பாவின் முதுமை நினைவு வராமலிருக்க ஏதாவது தேவைதான்
எவ்வளவு முடியுமோ அந்தக் கடைசி எல்லையில்
என் கைகள் வீழ்ந்திருக்கின்றன
அப்பா இருமும்போது அந்த நிலநடுக்கத்திலிருந்து
எல்லாப் பொருட்களையும் கெட்டியாகப் பிடித்துக்கொள்கிறேன்
அவரது சிகரெட் எவ்வளவு காலத்திற்குப் புகையுமெனத் தெரியாது
அதற்குள் அவருக்குப் பிடித்த வாசனையில்
நான் ஒரு பாக்கெட் சிகரெட் வாங்கித் தரவேண்டும்
அதுதான் அந்தப் பூகம்பத்திலிருந்து இந்த வீட்டைப் பாதுகாக்கும்.

●

ஞா. தியாகராஜன்

அப்பா கொண்டுசெல்லும் மஞ்சள் பைகள் கிழிந்துவிடுகின்றன
அவரின் தளர்ந்த தேகத்தைக் குறிப்பிடுகிறது
துரு படிந்த மிதிவண்டி
இந்த வீட்டின் கடன் சுமை அளவிற்கு இருக்கும்
அவரின் குடலை சுற்றியிருக்கும் நிகோட்டின் புகைகள்
வாறாத தலையைப்போல வறண்டிருக்கும்
நாட்கணக்கில் அவர் எந்தத் தங்கமீனை
எங்களுக்குப் பரிசளிக்க விரும்புகிறார்
என்றாலும் அப்பா தினம் எத்தனை மாடி
வேண்டுமானாலும் ஏறுகிறார்
அவருக்கும் பாதி வயதானவர்களிடம் கைலியை இறக்கிவிடுகிறார்
தன் முதுகுவலிக்கு தானே மாத்திரை வாங்கிக்கொள்கிறார்
சமயங்களில் அந்தச் சில்லரையையும் பேத்திக்கு வழங்கிவிடுகிறார்
சாயம்போன வேட்டியை மாற்ற வேண்டுமென
எப்போதும் தோன்றியிருக்காது
உழைப்பவனின் பெரிய ஊக்க சக்தியென அப்பா வழியாகதான்
தேநீரைப் பற்றியும் தெரிந்துகொண்டேன்
எடுத்துக்கொடுக்கும் புது உருப்படிகளையும்
அப்படியே பாதுகாக்கிறார்
அதை உடுத்திக்கொள்ளும் ஒருநாள் எங்கோ ஒளிந்திருக்கிறது.

●

அசதிகளின் கலவை

யாருக்கும் கனவில் குறி விரைக்காத வரை
இது ஜனநாயக நாடுதான்

●

குண்டுகளைப்பற்றிக் கவலைப்படாமலிருந்தால்
மருத்துவமனையைப் பற்றியும் பேசத் தேவையில்லை
ரொம்ப நாள் பழகியது போல
மக்கள் துன்பங்களை ஏற்றுக்கொள்ளும்போது
எவர் வேண்டுமானாலும் ஒரு மதத்தைத் தோற்றுவிக்கலாம்
அதேபோலத் தங்களைக் கொன்று புதைப்பற்காக
நன்றி தெரிவித்தும் பழக்கமாகிவிட்டது
நல்லவனெனச் சொல்லிக்கொள்வதே நல்லவனாயிருக்க
போதுமானதாயிருக்கிறது
ஆனால் குண்டுகளைத் தயாரிப்பவர்கள்
அதைப் பயன்படுத்துவதற்கான
தடை சட்டத்தை இயற்றும்போது இனி மருத்துவமனை
எதற்கென்று மகிழ்ந்திருக்கிறார்கள்
சொந்த பிடரியின் பின்னால் அழுத்தப்படும் வரை
பயிற்சிக்காக வெடிச்சத்தம் கேட்கிறதென நம்பிக்கொண்டிருக்க
அந்தச் சட்டமே போதுமானது.

●

சிரிப்பதற்கு மாற்றான உலகில்
சிரித்தலொரு அநாகரீக செயலாகக் கருதப்படுகிறது
இதன்மூலம் யாரும் சிரிப்பை இழந்ததாக
அரசுக்கெதிராய் கிளர்ந்தெழமாட்டார்கள்
அப்புறமென்ன எல்லாரும் மகிழ்ச்சியாய் இருக்கலாம்
அதுவும் சாகும்வரை தொடைகளுக்கு இடையிலான உறுப்பு
எதற்கென்றே தெரியாமல்.

●

இனப்படுகொலையை நிகழ்த்தியவர்
தலைமையமைச்சராகும் போது
நிச்சயம் வன்புணர்வுகளுக்காக
நல்ல பணம்கொழிக்கும் துறையை உங்களுக்கு ஒதுக்குவோம்
உங்களுக்கான கொடி பறக்கும்
இப்போது எந்த ஊடக நெறியாளரும் மரியாதைக் குறைவாக
உங்களை விளிக்க முடியாது
உண்மையைக் கொண்டுவரும் யாரோ ஒருவரும்
திருவிழா கூட்டத்தில் காணாமல் போய்விடுவார்
அன்னாரின் சடலம் மீட்கப்படும்போது
அப்போதைய ஆளுங்கட்சியை விமர்சிக்கலாம்
அப்புறம் மீண்டும் கொடி பறக்கும்
அரசியலமைப்புச் சட்டம் பயின்ற அதிகாரிகள் எழுந்து நிற்பார்கள்
திருவிழாவில் காணாமல் போவது நாமாக இல்லாத வரை
யாருக்கும் ஜனநாயகத்தில் சந்தேகம் வரக்கூடாது.

●

சார்பாகப் பேசுவதே போதுமானது
அதன் பிறகு பிறன்மனை நோக்கலாம்
அல்லது காசில்லாமல் வேலையாகாது என்றுகூடச் சொல்லலாம்
ஆனால் சார்பாகப் பேசுவது முக்கியம்
சரி கோபப்படலாம் என்று பார்த்தால்
ஒரு கூட்டம் பிள்ளைக்கறிக் கேட்கிறது
அல்லது கழுவேற்றுகிறார்கள்
சார்பாகப் பேசுவதில் திருப்தி அடையாவிட்டால்
பெரிய விலை கொடுக்கவேண்டியிருக்கும்
கழுவேற்றுவதெல்லாம் அந்தக் காலம்.

●

இதே மண்ணில் மக்கிப்போகுமளவிற்கு நின்ற பிறகும்
மேலேயிருப்பவர்கள்
நிஜமான எங்களின் பிரச்சினையைப் பேசுவதில்லை
கூட்டம் முடிந்தது போக
தோளில் ஏறிப்போன தடயங்கள் மட்டுமே எஞ்சுகின்றன
இவ்வளவு நவீன வெளிச்சமெதிலும்
நமது இரையைப் பற்றிய பேச்சில்லை
நெறியாளர் அது நமது கேள்வியெனச் சொல்லிக்கொள்கிறார்
இத்தனை பேர் நம் பங்கில் கைவைத்தால்
என்ன செய்வது என்றாலும்
நாலுபேர் இடைமறித்துக் கத்திக்கொண்டிருப்பது
ஒரு இறையாண்மைமிக்க நாட்டிற்கு அழகில்லையா...

●

தீர்க்கதரிசிகள் வந்துவிட்டார்கள்
இனி காதுகளுக்குள் யானையை நுழைத்து
நம்மைப் பொதுமக்களாக மாற்றுவார்கள்
அனுமானங்களுக்குச் சாட்சியம் வேறு சொல்வார்கள்
சாட்சியங்கள் கடைசியில்
அதே கூட்டணிதான் தொடருமென அறிவித்துவிடுவார்கள்
காதிற்குள் புகுந்த யானைகள் என்ன செய்யும்
தன் பங்கிற்கு எதையேனும் உருட்டிக்கொண்டிருக்கும்
தீர்க்கதரிசிகளை மட்டும் சொல்லி என்ன செய்ய
இடிபாடுகள் இல்லாமல் நம்மளாலும் இருக்கமுடிவதில்லை.

●

வெட்டுவதற்காகதான் உங்கள் தலையை தடவிகொடுக்கிறானென
உண்மையைச் சொல்லும் என்மீது அவ்வளவு கோபம்
இன்னும் நான் நிறையப் படிக்கவேண்டுமென்று கூடச்
சொல்கிறீர்கள்
அதை நீங்கள் செய்திருந்தால் நான் சொல்லவருவது புரிந்திருக்கும்
வெட்டப்பட்ட தலையுடன் கூட நீங்கள்
உங்களுக்குப் பரிவானவனைக் குற்றம் சொல்லும்போது
நீங்கள் செத்துத் தொலைவது நல்லதுதானெனத் தோன்றுகிறது
ஆனால் இப்போது அதையே சாட்சியாகக் காட்டி
என் தலையைக் கேட்கும்போது
நானே உங்களைக் கொலை செய்யும் உரிமையை
எடுத்திருக்கலாமெனத் தோன்றுகிறது
தன்னை ரொம்ப நம்புபவன் தனி ஒருவனாய் செத்தால்
யாருமே பகுத்தறிவு பேசாமல் இருக்கலாம்.

●

எதைப்பற்றியும் கேள்வியெழுப்பாத நல்லவராய் இருங்கள்
புறாக்கள் பறந்து வந்து தோளில் அமரும்
மெழுகுவர்த்திகள் ஏற்றப்படும்
உருவப்படத்தின் முன் மண்டியிட்டுக் கண்ணீர் கசிவார்கள்
பதினொன்றாவது அவதாரத்தைத்
தேடியவண்ணமிருக்கிறார்கள் சிலர்
மேலும் நீங்கள் ஏழையாக உழைத்த கடந்த காலமிருந்தால்
வேலை இன்னும் சுலபமாக முடிந்துவிடும்
மேலும் அவ்வப்போது அந்தப் புறாக்களைத்
தடவிக் கொடுக்கவேண்டும்
பிறகவை தொடர்ந்து மடிந்தாலும்
நீங்களந்த புறாவாக இருக்க நேராது.

●

மைனஸ் டிகிரி செல்சியஸ்

அதுவாக நனையும்
அதுவாக மறையும்
நீண்ட நாள் கேட்டும் சொல்லாத பெயரை
நானே தெரிந்துகொண்டேன்
பிறகது வரவுமில்லை நான் பார்க்கவுமில்லை
நான் இன்னும் சிறுவனில்லையெனச் சொல்வது
உண்மைதான் போல

●

எந்தச் சலனமுமில்லாமல் வெறும் சுவரை
எவ்வளவு நேரம் வேண்டுமானாலும்
பார்த்துக்கொண்டிருக்கப் பழக்கப்பட்ட நான்
உங்கள் புலன்களுக்கு உணர்வூட்டும் எதை சொல்ல முடியும்
எப்போது உங்களுக்கு இதற்குமேல் எதற்கும்
எதிர்வினையாற்ற வேண்டாமெனத் தோன்றுகிறதோ
அப்போது நான் உங்களுக்குத் தேவைப்படுவேன்
ஒருவேளை அது தவறானாலும் நான் இந்தச் சுவரை
இப்படியே பார்த்துக்கொண்டிருப்பேன்

●

நூற்றாண்டு காலமாக யாரும் பழகியிராத சபைக்கு
அவர்களை அழைத்து வந்தேன்
இதுவரை பேசி கேட்டேயிராத குரலெல்லாம்
முதன்முதலாகக் கேட்டது
பல பால்ய கால அச்சங்கள் மீண்டும் நினைவுக்கு வந்தன
ஒவ்வொரு மீசையும் சரியான சந்தர்ப்பத்திற்காகக் காத்திருந்தன
ஒரு பெருமூச்சு விட்டாலும்
பெரிய சம்பவம் நிகழக்கூடுமென்பதுபோல இருந்தது
நிஜமாகவே இந்த மனிதகுலத்தை எல்லாத் தலைவர்களும்
எவ்வளவு தூரம் அழைத்து வந்திருக்கிறார்களென்பதற்கான
ஒரு பரீட்சையாக இருந்தாலும்
அது மிகவும் பழைய புள்ளிவிவரம் ஒன்றையே தருகிறது
அந்தப் புள்ளியும் பல நூற்றாண்டுகளுக்கு முந்திய
அதே புள்ளிதான்.

●

இன்னும் எத்தனை நூறு அடிகள்
என்னை மேலே தூக்கிப் பறக்கப்போகிறாய் காற்றே
நான் சகஜீவிகளை இவ்வளவு ஆழமாகவா நம்பியிருக்கிறேன்
ஆனால் இன்னமும் கூட என் எல்லை வராமலிருப்பது
பயமாகதான் இருக்கிறது
உயிர் பிரிய போதுமான அளவையும் தாண்டி
போய்க்கொண்டிருக்கிறது
நான் கற்றுக்கொண்ட பாடங்கள்.

●

மறந்து எப்போதோ வைத்த நாணயம் ஒன்று
தூசியுடன் எங்கிருந்தோ கிடைக்கவும்
கிளம்பிக்கொண்டிருந்த முக்கியமான வேலையை மறந்துவிட்டேன்
இந்த உலகம் எவ்வளவு நிராதரவானதென
யோசித்துக்கொண்டிருக்கிறேன்
அத்துடன் நான் இன்னும் எவ்வளவு
சுயநினைவிழந்தால் இந்தத் தூசியைத்
துடைக்க முடியுமென்பதும் தெரியவில்லை.

●

அதை அடைவதற்குப் போதுமான தகுதி உள்ளதா என
ஒருமுறை சிந்தித்துப்பார்க்கச் சொல்லி
என் குருநாதர் என்னைப் பணிக்கிறார்
உண்மையில் எவ்வளவு உயரமாக இருந்தாலும்
மூழ்கிவிடக் கூடிய ஆழமான கேள்விதான்
ஆனால் இதன்மேல் எத்தனை படகுகள்
சிறு அலசல் கூட இல்லாமல்
மிதந்து அந்தப்பக்கம் போய்விடுகின்றன என்பது தெரியுமா
அதுவெறும் கட்டைவிரல் ஆழமென்பதை கண்டுபிடிக்க
எனக்கு இத்தனை வருஷம் தேவைப்பட்டிருக்கிறது
எனவே இனிமேலும் மூழ்கிக்கொண்டிருக்க முடியாது ஆண்டவரே.

●

ஞா. தியாகராஜன்

அந்த நேரத்திற்கு நகரத்திற்குள் வரக்கூடாத
சரக்கு லாரி ஒன்றின் பெரிய சக்கரத்தில்
சிறிய தலை ஒன்று சிக்கியது
சரியாக நான் திரும்பவேண்டிய திருப்பம்
இந்தச் சம்பவத்திற்கு இரண்டடி முன்பிருந்தது
'மனிதமா' இல்லை 'நானா' எனக் கொடுக்கப்பட்ட
இரண்டு வாய்ப்பில்
நான் என்னையவே தேர்வு செய்தேன்
ஏனெனில் மனிதத்தைத் தேர்வு செய்த எல்லா சமயங்களிலும்
அந்தத் தலை என்னுடையதாக மாறியிருக்கிறது.

●

நான் ஏமாற்றுவதாக நம்புபவர்கள்
அதற்கெதிரான திடமான சாட்சியங்களை
அறவே வெறுக்கிறார்கள்
அவர்களின் மோசமான எந்த வார்த்தையையும்விடச்
சகிக்க முடியாததாக இருப்பது
'சாட்சியம்' என்னும் வார்த்தை
அந்த வெறுப்பே என்னை என்ன வேண்டுமானாலும்
செய்துகொள்ளும் உரிமையை
தரவேண்டுமென நினைக்கிறார்கள்
அதற்குத் தடையான எல்லாம் என்னுடைய செல்வாக்கால்
நடப்பவையென நம்புகிறார்கள்
முரட்டு தடியால் என்னைத் தாக்கிக்கொண்டு
பாருங்கள் இந்தக் குருதி
எனக்கும் வலியை தருமெனச் சொல்லும்போது
என்னுடைய அதிகபட்ச சாகசத்திடம்
ஏமாறாமல் நிற்பதுபோல நிற்கிறார்கள்
அந்தப் பிரகாசத்திற்குப் பிறகு நீங்கள் எந்த ஒளியின் முன்பும்
நிர்வாணமாக உணரக்கூடும்.

●

என் மனநல ஆலோசகர்
உள்ளங்கையில் கொஞ்சம் நீருடன் ஒவ்வொரு மீனையும்
வேறொரு தொட்டிக்கு மாற்றிக்கொண்டிருக்கிறார்
வாழ்வின் இம்மாதிரியான நேர்த்திகளைச் செய்ய
ஒரு மெச்சூரிட்டி வேண்டுமென்பது போல உள்ளது
அவரது உடல் மொழி
ஒருநாளும் மீன்களைப்பற்றி என்னிடம் அவர் கேட்டதில்லை
ஆனால் நிச்சயம் நான் அவர் தொட்டியில் நீந்தவில்லை
என்பதை மட்டும் சொல்ல விரும்பினேன்.

●

அவன்தான் அவனைச் சுடுங்கள்
அவனைச் சுடுங்கள்
நிறைவேற்றப்படாத வாக்குறுதிக்காக
செலுத்த முடியாத காணிக்கைக்காக
சரியான நேரத்தில் கைவிட்ட கடவுளுக்காக
அப்போது நடந்த துரோகத்திற்காக
இன்னும் இந்த மக்கள் தன் நாயகர்களைப் போல காதலிப்பதற்காக
இன்றைய வானம் மேகமூட்டத்துடன் காணப்படுவதற்காக
தீர்ந்துபோன பற்பசைக்காக
அவனைச் சுடுங்கள்
அவனைச் சுட்டால் எல்லாம் முடிந்துவிடும்
ஏனெனில் அவனே ஒரு குடையைக் கண்டுபிடித்து முதன்முதலில்
தன்மீது மழை பெய்யாமல் காத்துக்கொண்டான்
அவனைச் சுடுங்கள்.

●

ஞா. தியாகராஜன்

எப்படி உங்களின் முக்கியமான உறவை நிரப்பும்
இடைவெளியாக என்னைத் தேர்ந்தெடுத்தீர்கள்
எனக்கான அன்பை நானே தேடும் முயற்சிகளை
ஒழித்துக்கட்டிவிட்ட
இத்தனையாண்டுகள் கழித்து எப்படி உன் மெல்லிய சிரிப்பில்
நான் கிளர்ச்சியடைய நேர்ந்தது
எவ்வளவு வேண்டுமானாலும் இந்த வாழ்வை
பாழடித்துக்கொள்ளும்
சுதந்திரத்துடன் நான் துரோகிக்கப்படுகிறேன்
அதனாலேயே மறக்க முடியாததாகிவிடும் உங்கள் நேசத்தை
ஒருநாள் நான் மறக்கவே செய்வேன்
மிகவும் புரிதலையுடைய உறவைப்போலத் துரோகங்கள்
குறுகிய எல்லைகள் கொண்டதல்ல.

●

வாழ்க்கைக்கு ஏதுவாகப் பெயர் மாற்றிக்கொண்ட கூழாங்கற்கள்
எல்லா நதிகளையும் வற்றச்செய்துவிடுகின்றன
பாட்டி சொன்ன நீதிக்கதைகளை நம்பி
நதிகள் கழுத்தை முறித்துக்கொண்டன
பாட்டியின் கதைகளை இப்போது அதிகம் பயன்படுத்துபவை
வழவழப்பான கற்கள்தான்
கூழாங்கற்கள் குளிர்ச்சியானவை
நீங்களவற்றைக் கன்னத்தில் ஒற்றி உங்களுக்குள்ளிருக்கும்
இயற்கை காதலனை பிரபலபடுத்திக்கொள்ளலாம்.

●

தலைமுறைக்கும் மாறாத செல்வாக்குடன்
நீயிந்த அதிகாரத்தைப் பிடித்திருக்கிறாய்
என்னை நீ வெறுப்பதற்கு
இந்தச் சிறிய காரணம் போதுமானதுதான்
உன் நிழலுக்கும் தூசி துடைத்து
தரும்படி பணித்திருக்கிறது இந்த வாழ்வு
எவ்வளவு காலமாக இந்த அழுக்குதுணி
கைமாற்றிக் கொடுக்கப்படுகிறது
தலைமுறைக்கும் மாறாத செல்வாக்கால்
நீ என்னை முடமாக்கலாம்
வேலைகளை முடக்கிப் போடலாம்
என் சான்றிதழ்கள் மீதான நம்பகத்தன்மையைக் குலைக்கலாம்
என் இருபதாண்டுகளை ஒரே கையெழுத்தில் பறிமுதல் செய்து
என்னைத் தற்கொலைக்குத் தூண்டலாம்
என்றாலும் துடைத்து துடைத்துதானே
ஒரு சிம்மாசனத்தை அடையவேண்டியிருக்கிறது.

●

சிறிய அறிமுகங்களால் எதிர்காலம் பலவீனமடைகிறது
ஏதேனும் திரைகளின் பக்கம் முகத்தைத் திருப்பி
என்னைத் தற்காத்துக்கொள்வது அதனால்தான்
தெரியும் உங்கள் மேலதிகாரிகள் இதற்காக
என்னைக் குறித்து எச்சரிப்பதும்
தினசரி உணவு இடைவேளையில் நீங்களதை
உறுதிசெய்துகொள்வதும்
சிறிய மீன் தொட்டி மீது வீசப்படும் கல்லைப் போன்று
அது என்னை அவ்வளவு நொறுங்கச் செய்யாது
ஏனெனில் அப்படியான ஒரு மீன்தொட்டி
எப்போதும் என்னிடமில்லை
என்றாலும் உங்கள் திருப்திக்காக
அந்த வலியின் பூரணத்துவத்துடன் நான்
உங்கள் முன்னால் முறிந்து விழுவேன்
முதன்முறையாக எனக்குப் புல்மேய கற்றுக்கொடுத்த
விசுவாசத்திற்காக.

●

தங்களின் பிரதான குறைகளை மறப்பதற்காக
சடங்குகளின் முனையில்
அவ்வளவு கெட்டியாகத் தொங்குகிறார்கள்
ஏதாவது நன்மையை எடுத்துக்கூறும்போது
நான் பிழைசெய்யும் நாளுக்காகக் காத்திருக்கத் தொடங்குகிறார்கள்
அவர்களுக்கு ஒளியைத் தரும்போது
என்மீதான எந்தப் பொய் குற்றங்களுக்கும்
சாட்சி சொல்லத் தயாராகிறார்கள்
என்மீது வீசப்படும் முதல் கல்லுக்காக
ஒவ்வொருவரும் தன் பங்குகளை
மறைத்துப் பிடித்தவண்ணம் காத்திருக்கிறார்கள்
நானே வாடிக்கையாய் சென்று பொதுவில் நிற்கும்போது
எல்லோரும் பூத்தொட்டிகளுக்கு நீரூற்றவோ
வாகனங்களைத் துடைப்பதற்கோ செல்வதுபோல
அங்கிருந்து கூட்டமாகக் களைகிறார்கள்
நான் மனிதனாய் பிறந்திருப்பதற்கான சந்தேகம்
அசைக்க முடியாத அளவுக்கு வலுப்பெறுகிறது.

●